இரவைப் பருகும் பறவை

இரவைப் பருகும் பறவை
லாவண்யா சுந்தரராஜன் (பி. 1971)

திருச்சி மாவட்டத்திலுள்ள முசிறியில் பிறந்தார். பெங்களூரில் வசிக்கிறார். மென்பொருள் நிறுவனமொன்றில் தலைமைப் பொறியாளராகப் பணிபுரிகிறார்.

'நீர்க்கோல வாழ்வை நச்சி' (2010), 'அறிதலின் தீ' (2015) ஆகியவை இவரது கவிதைத் தொகுப்புகள்; 'காயாம்பூ' (2022) எனும் நாவலும் வெளிவந்துள்ளது. இந்நூல் இவரது முதல் சிறுகதைத் தொகுப்பு.

மின்னஞ்சல் : *lavanya.sundararajan@gmail.com*

வலைத்தளம் : *uyirodai.blogspot.com*

லாவண்யா சுந்தரராஜன்

இரவைப் பருகும் பறவை

காலச்சுவடு பதிப்பகம்

● அன்பார்ந்த வாசகருக்கு,

வணக்கம்.

காலச்சுவடு நூலை வாங்கியமைக்கு நன்றி.

நூலின் உள்ளடக்கம், உருவாக்கம், அட்டைப்படம் இன்ன பிற அம்சங்கள் பற்றிய உங்கள் கருத்துகளையும் ஆலோசனைகளையும் காலச்சுவடு வரவேற்கிறது. தகவல், எழுத்து, வாக்கியப் பிழைகள் தென்பட்டால் கட்டாயம் தெரிவித்து உதவுங்கள். நூல் தயாரிப்பில் கடும் குறைபாடு இருப்பின் மாற்றுப் பிரதி உங்களுக்குக் கிடைக்கக் காலச்சுவடு ஏற்பாடு செய்யும்.

மின்னஞ்சல்: *publisher@kalachuvadu.com*

காலச்சுவடு நாகர்கோவில் தலைமையகத்துக்கும் கடிதம் அனுப்பலாம்.

தங்கள்
எஸ்.ஆர். சுந்தரம் (கண்ணன்)
பதிப்பாளர் — நிர்வாக இயக்குநர்

இரவைப் பருகும் பறவை ♦ கவிதைகள் ♦ ஆசிரியர்: லாவண்யா சுந்தர ராஜன் ♦ © லாவண்யா சுந்தரராஜன் ♦ முதல் பதிப்பு: நவம்பர் 2011, இரண்டாம் (குறும்) பதிப்பு: டிசம்பர் 2022 ♦ வெளியீடு: காலச்சுவடு பப்ளிகேஷன்ஸ் (பி) லிட்., 669 கே. பி. சாலை, நாகர்கோவில் 629 001.

iravai parukum paRavai ♦ Poems ♦ Author: Lavanya Sundararajan ♦ © Lavanya Sundararajan ♦ Language: Tamil ♦ First Edition: November 2011, Second (Short) Edition: December 2022 ♦ Size : Demy 1 x 8 ♦ Paper: 18.6 kg maplitho ♦ Pages: 80

Published by Kalachuvadu Publications Pvt. Ltd., 669 K.P. Road, Nagercoil 629 001, India ♦ Phone: 91 - 4652 - 278525 ♦ e-mail: publications@kalachuvadu.com ♦ Printed at Adyar Students xerox Pvt. Ltd., No. 275 Habibullah Road, Triplicane high Road, Opp Triplicane Post Office, Triplicane, Chennai 600005

ISBN: 978-93-80240-75-6

12/2022/S.No. 420, kcp 4051, 18.6 (2) r1

நட்புக்கு

நன்றி

நண்பர்கள்
ஜி.எஸ். தயாளன், சுகுமாரன், பொன் வாசுதேவன்

பத்திரிகைகள் மற்றும் இணைய இதழ்கள்
புன்னகை, அகநாழிகை, உயிர் எழுத்து, வார்த்தை, புதுப்புனல், கல்கி, பயணம், தடாகம், திணை, நீட்சி, பண்புடன், பனிமுலை, உயிரோசை

மற்றும்
காலச்சுவடு பதிப்பகம்.

பொருளடக்கம்

முன்னுரை : அன்பென்னும் வாசனைத் திரவியம்	13
ஒரு துளித் துயரம்	17
உதிர்ப் பிரியம்	18
பிழைக்காட்சி	19
கூடவே வரும் கோடை	20
நான் சாமானியள்	21
மழை சென்றபின்னே	22
கடல் கொண்ட துளி	23
நீர்க் கலயம்	24
மீன் குட்டிகளும் பிளாஸ்டிக் பை நீரும்	25
இரவைப் பருகும் பறவை	26
நிகழ்வின் பின்	27
மழை பாறை மண்	28
மணலும் நதியும்	29
மலையின் கதை	30
அமிலத் தருணங்கள்	31
இழந்தது	32
புறா போலரற்றும் வாழ்வு	33
துயரத்தின் மரம்	34
பொம்மைகளின் மழலை	35

பிரியத்தின் ஒளித்துகள்கள் – I	36
பிரியத்தின் ஒளித்துகள்கள் – II	37
நானும் நானும்	38
விரவி நீங்கும் நினைவுகள்	39
கனவின் முத்தம்	40
கனவின் விழைவு	41
ரகசியம்	42
வீச்சமெடுக்கும் வார்த்தைகள்	43
புகையும் படங்களிரண்டு	44
விழித்திருக்கும் சாலை	45
செதில்கள்	46
ஜன்னல்	47
தொலைந்த தினம்	48
வார்த்தைகளின் வீடு	49
நத்தையின் கூட்டுக்குள் ஒளிந்தவள்	50
சருகென உதிரும் கோபம்	51
காரணிகள் வேறில்லாதவை	52
கானல் நதி கலந்த கடல்	53
உறங்க மறுக்கும் உரையாடல்கள்	54
ஏமாற்றம்	55
காதலும் காதல் நிமித்தமும்	56
ஏதுமற்றநிலை	58
எறும்புகளான எண் கணிதம்	59
வடு	60
தவிர்க்கப்பட்ட நம் சந்திப்பு	61
வண்ணப்பிறழ்ச்சி	62
ஊர்ந்து நகரும் நாட்கள்	63
மௌனத்தின் சொற்கள்	64

உருகும் பனிக்கட்டி	65
தேவதைகளின் பயணம்	66
பயணப்பெட்டிகள்	68
கண்ட நாள் முதல்	69
பறத்தல்	70
அருபிணி	71
உடல் நகரம்	72
நீயற்ற உலகில்	73
சின்னஞ்சிறு கவிதைகள்	74
உலகின் பெரிய மதுக்குவளை	75
பூவொன்று	76
புதுப்பெண்	77
மாயக்கிழவி	78
இலையோடு ஓடும் ஓடை	79

முன்னுரை

‘அன்பென்னும் வாசனைத் திரவியம்’

லாவண்யா சுந்தரராஜனுக்குக் கை கொஞ்சம் நீளம். அன்பு என்று சொல்லப்படும் பொருள் எங்கெல்லாம் இருக்குமோ என்று சகல திசைகளிலும் அந்தக் கை தேடுகிறது. பூமியின் எல்லா இண்டு இடுக்குகளிலும் நுழைந்து அன்பைத் தொட எத்தனிக்கிறது. பிரபஞ்சத்தின் அந்தரவெளியிலும் துழாவி அதை ஸ்பரிசித்துவிடத் துடிக்கிறது. மனிதர்கள் மீதான, மனிதர்களுக்கிடையிலான அன்பை மட்டுமல்ல இயற்கைமீதும் இயற்கைக்கு இடையிலுமான அன்பையும் தேடுகிறது. மனித உற்பத்திப் பொருட்களுக்கு நடுவிலிலும் அன்பின் துகள் இருக்கக் கூடுமென்று இயங்குகிறது. இந்தச் செயலில் அந்தக் கைக்குள் அகப்படும் கணங்களைக் ‘கவிதைப் பொழுது’ களாக நிரந்தரப்படுத்திக்கொள்ள லாவண்யா முயல்கிறார். ‘உண்மையும் பிரியமும் / எங்கேனும் ஓரத்தில் / ஒளிந்திருக்கிறதாவெனத் / துளாவுகிறேன்’ என்று அவரே தன்னிலை விளக்கமும் கொடுக்கிறார். லாவண்யாவின் கவிதைக்கான மனநிலையைத் தீர்மானிப்பது இந்தச் செயல்பாடுதான் என்பது என் யூகம். இந்த மனநிலையின் விளைவுகளை வெவ்வேறு நிறங்களில், வெவ்வெறு தொனிகளில் எழுதிப் பார்க்கிறார்.

‘கோடிமுறை சிலிர்த்திருப்பினும் / புதுத் தொடலின் போது / சிலிர்த்தே தொலைக்கிறது மனம் எப்போதும்’ என்று மனிதர்கள் மீதான அன்பையும் ‘உனக்கான என்னை ஏந்திக்கொண்டாய் சிறகென’ என்று மனிதர்களுக்கிடையிலான நேசத்தையும் ‘வேருக்குத் தெரியவில்லை / வெட்டப்பட்ட மரத்தின் வலி / விடாது தேடியது தனக்கான நீர்மையை’ என்று இயற்கை மீதான பரிவை

யும் 'பிரியங்களைப் பொழிவிக்கும் மழை / பாறையென்றும் மண்ணென்றும் பார்ப்பதில்லை' என்று இயற்கைக்கு இடை யிலான இயல்புணர்வையும் 'உணவருந்திய மேஜைமீது / ரோஜாப் பூவாக மலர்ந்திருந்தன / கை துடைத்தெறிந்த காகிதங் கள்' என்று அஃறிணைச் சலனமின்மையையும் லாவண்யா வின் கைவரிசை கவிதைப் பொருள்களாக மாற்றுவது இந்த மனநிலையால்தான்.

தொகுப்பில் இடம்பெறும் கவிதைகளில் அதிகம் உப யோகிக்கப்பட்டிருக்கும் சொல் – பிரியம். தன்னுடைய கவிதை மனநிலைக்கு ஆதாரமான உணர்வை இந்தப் பிரியமான சொல்லைத் தவிர வேறு சொற்களால் வெளிப்படுத்துவது லாவண்யாவுக்கு அசௌகரியமாகக்கூட இருக்கும்போல. தொகுப்புக் கவிதைகளில் எத்தனை இடங்களில் 'பிரியம்' தென்படுகிறது என்று குதர்க்கமான ஆராய்ச்சியில் ஈடுபடலாம் என்று தோன்ற வைக்கிறது இந்தச் சொற்காதல். ஆனால் இது வெறும் சொல்லாசையல்ல; மனவமைப்பின் வெளிப் படுத்தல் என்பதைக் கவிதைகள் அநாயாசமாக நிறுவுகின்றன. 'பெருமழை தீர்ந்த பின்பொழுதில் கண்ணாடியில் சிறிதும் பெரிதுமாகப் பூத்திருக்கும் மழைத்துளிகள்'போல இந்தக் கணங்கள் கவிதைக்குள் பத்திரமாகின்றன. மழைத் துளிகளைப் பற்றி யோசித்தால் மழையை, அது உருவாகும் வானத்தை, விழும் நிலத்தை, நீர்மையை, ஈரத்தை, அது ஏற்படுத்தும் சிலிர்ப்பை, சமயங்களில் வெறுப்பையும் உணர்ந்துகொள்ள முடியும் என்பதுபோல இந்தப் பிரிய சொற்களில் மனவோட்டங் களின் வேறுபட்ட நிலைகளைக் கண்டடையலாம். 'சந்தோஷ நுரைப்புகளையும் சங்கடக் கசிவுகளையும்' உணரலாம்.

லாவண்யாவின் இந்தக் கவிதை மனநிலையைக் கற்பனா வாதத் தன்மையானது – ரொமாண்டிக்கானது – என்ற விமர் சனக் கலைச் சொல்லால் எளிதாக வகைப்படுத்திவிட முடியும். நவீனக் கவிதை ஒரு காலப் பகுதியில் மூர்க்கமாகப் புறக் கணித்த மனநிலை இது. வாழ்வனுபவங்களை உணர்ச்சிப் பெருக்குடன் மட்டுமே வெளிப்படுத்திய இந்தப் போக்கு அந்தக் காலப் பகுதியில் எள்ளலுக்குரியதாக இருந்தது. கண்ணீரைப் பூவாக உருவகப்படுத்தும் மனநிலையை அன்றைய சீரிய புதுக்கவிதை உதாசீனம் செய்தது இயல்பான செயல். ஆனால் கற்பனாவாதம் உண்மையில் உணர்ச்சிப் பெருக்கானதல்ல; தன்னெழுச்சியானது என்ற கருத்து தொண்ணூறுகளுக்குப் பின்னர் பரவலானது.

பெண்மைய நிலையிலிருந்து பேசப்படும் கவிதைகளும் ஒடுக்கப்பட்டவர் வாழ்வனுபவத்திலிருந்து எழும் உணர்வுகளும்

எல்லாக் கோட்பாடுகளாலும் கைவிடப்பட்ட நவீன வாழ்வின் பின்புலத்திலிருந்து உருவாகும் சொற்களும் தன்னெழுச்சி இல்லாமல் எப்படி வெளிப்படும்? முந்தைய கற்பனாவாதம் அந்தக் காலப் பின்னணியில் செல்லுபடியாகக் கூடிய கரிசனங் களையும் (சமூகம் சீரழிந்து கிடக்கிறது; ஒரு புரட்சியின் மூலம் அதை மாற்றிவிடலாம் என்பது போன்ற கருத்தையொட்டி யவை), ஆசைகளையும் (பெண்ணும் கீழ்த்தள மக்களும் ஒடுக்கப்பட்டிருக்கிறார்கள்; அவர்களை விழிப்படையச் செய்தால் பொன்னுலகம் தோன்றிவிடும் என்பன போன்ற நம்பிக்கையையொட்டியவை) அடிப்படையாகக்கொண்டு இயங்கியதாகக் கணிக்கிறேன். இவற்றில் வாழ்வனுபவத்தின் லேசான சாயல் இருந்தது. அதன் நிஜ இருப்போ, சிக்கல் களோ படைப்பாகவில்லை. சுருக்கமாகச் சொன்னால் அவை தன்னெழுச்சியற்றவை.

இந்தத் தொகுப்பிலுள்ள 'பொம்மைகளின் பிரியம்' என்ற எளிய கவிதையில் ஒரு காட்சி இடம்பெறுகிறது. முன்னால் நின்றிருக்கும் வாகனத்தின் பின்பக்கக் கண்ணாடி வழியாக வெளியுலகை நோட்டமிடும் மூன்று பொம்மைகள். அவற்றின் கண்களில் ஏதோ ஒரு மழலைப் பிரியத்தை வீட்டோடு விட்டு வந்த ஏக்கம் தேங்கியிருப்பதைப் பேசுகிறது கவிதை. பொம்மை கள் குழந்தையைப்பற்றி ஏங்கும் இந்தத் தற்குறிப்பேற்றம் ரொமாண்டிக்கானதுதான். ஆனால் தன்னெழுச்சியால் விளைந்தது. லாவண்யா கவிதைகளின் ஆதாரமான மனநிலை அன்புக்கான இந்த வேட்கைதான். வசப்பட்ட அன்பைப் பேணு தலைப் பற்றியும் ('உனது குடை விரிப்பில் சட்டென்று அடங்கி யது எனக்கான வானம்') அன்பில் நேரும் நெருடல்கள் பற்றியும் (பேசித் தீர்த்த சொற்கள் / இருப்பினும் / பேசாத ஒன்றைப் பற்றியே / நமது குற்றச்சாட்டுகளும் மௌனங்களும்) மறக்கப் பட்ட அன்பையும் மறவாத அன்பையும் பற்றியும் (புகைப்பட ஆல்பம் கைக்குவர / அவசரமாய்த் தேடுகிறோம்/ அக்கா அக்காவை / தம்பி தம்பியை / நான் என்னை / அம்மாவோ பொறுமையாக ஒவ்வொருவரையும்) என அன்பையும் அன் பின்மையையும் அவற்றின் இடைவெளியில் உள்ளவற்றையும் கவிதைப் பொருளாக்குகிறார் லாவண்யா. அரூபனாக வரும் காதலனும் அநாமதேய வழிப்போக்கனும் பொம்மைகளும் தொட்டி மீனும் புறாவும் நத்தையும் எல்லாம் அன்பின் வாசனைத் திரவியத்தைப் பூசிக்கொண்டே வருகின்றன.

இவ்வளவு அன்புக்குரியதா இந்த உலகம்? என்று லாவண்யாவிடம் கேள்வி எழுப்பினால், 'பெருங்கருணை யோடிருக்கும் பிரியங்களுக்கும்/ பிரியத்தைத் தவிர / காரணிகள் வேறு / எப்போதும் இல்லை' என்று பதில் சொல்லக்கூடும்.

இது லாவண்யாவின் இரண்டாவது தொகுப்பு. முதல் தொகுப்பின் கவிதையாக்கத்திலும் இதே மனநிலைதான் செயல்பட்டிருக்க வேண்டும் என்பது என் யூகம். அந்தத் தொகுப்புக்குத் தலைப்பாக அவர் எடுத்தாண்டிருக்கும் 'நீர்க் கோல வாழ்வை நச்சி' என்ற கம்பராமாயண வரியின் பின்புலம் அதற்குச் சான்று. இராமனின் அணியில் இணைந்து கொள்ள வீடணன் கும்பகர்ணனுக்கு அழைப்பு விடுக்கிறான். அதற்கு மறுப்பாகக் கும்பகர்ணன் சொல்வது இது. நீரில் பிரதிபலிக்கும் கோலம் போன்ற வாழ்க்கையை விரும்பி நீண்ட நாள் இருந்து சாவதைவிட இராவணனுக்காக உயிர் துறப்பது மேல் என்கிறான். என்றைக்காவது களத்தில் பலி கொடுப்பதற்காகவே தான் இரைபோட்டுப் பராமரிக்கப் பட்டிருக்கிறோம் என்று தெரிந்தே கும்பகர்ணன் சொல்லும் இந்தப் பதிலுக்குப் 'பிரியத்தைத் தவிர வேறு காரணமில்லை.' இந்தக் கணம் கவிதை, வாழ்க்கையைச் சந்திக்கும் கணம். இந்தக் கணங்களையே தனது அனுபவங்களின் பின்புலத்தில் கவிதையாக்க எத்தனிக்கிறார் லாவண்யா. அதற்கான கவிதை மனநிலை அவருடையது. அதை இந்தத் தொகுப்பிலுள்ள கவிதைகளைவிடச் செறிவாகவும் நுட்பத்துடனும் இனி எழுதும் கவிதைகளில் வெளிப்படுத்தக்கூடும் என்ற நம்பிக்கைக்கு இந்தத் தொகுப்பு ஆதாரம்.

திருவனந்தபுரம், சுகுமாரன்
25 மே 2011.

ஒரு துளித் துயரம்

புதிய புத்தகம்
தபாலில் வந்தது
அழகான அட்டைப்படம்

எப்போதும் போல்
பால்ய நறுமணத்தைக்
கிளறிவிடுகிறது புதுப் புத்தகம்

ஒரு நாள்
புத்தகம் தவறி விழுந்து
மடங்கியது அட்டை

சரி செய்ய முயற்சித்தும்
மடங்கிய இடம் தன் அடையாளங்களை
மிச்சம் வைத்திருந்தது

வறண்ட நதியின் மண்பிளவுகளாகவும்
இற்றுத் தொங்கும் ஆலவிழுதுகளாகவும்
அட்டைப் பெண்ணின் நெற்றிச்சுருக்கமெனவும்
மடங்கிய அட்டை
பல வண்ணம் தருகிறது

விழுந்ததின் நிழல்
புத்தக்கத்தோடும்
அதன் அட்டையோடும்
நீங்காக் கறையென ஒட்டியிருக்கிறது

மறக்க இயலாத நிகழ்வென
மீண்டும் பழைய அட்டையை
மீட்க முடியா கனவென
இந்த ஒரு துளித் துயரம்

உதிர்ப் பிரியம்

அலங்கார ஆடையில்
இறுகத் தைக்கப்பட்ட மணிகள்
நாட்கள் நகர
நனைந்து நனைந்து உலர

பின்னொரு நாள் மெல்லப் பிரிந்த
பிடி நூலைப் பற்றி உதிர்ந்து
மேசையின் மேல் வந்தமர்ந்து
கண்கள் சிமிட்டின

உதிரும் பிரியம்
பாசிமணிக்குமில்லை
அலங்கார ஆடைக்குமில்லை
ஆயினும்
பிரியம் சிறிது சிறிதாய்
உதிரவே செய்கிறது

பிழைக்காட்சி

அமைதி காற்றோடே
அதிகாலை பூங்காவில்
சண்டையென பிறர் நோக்க
கைவிரல்களை மடக்கி
முகத்தைத் தாக்க வந்தவனை
அதிர்வோ சலனமோ விலகலோயின்றி
எதிர்கொள்கிறான் பயிற்சியாளன்

தொங்கும் எட்டுக்காலியென
ஒரு மலையிலிருந்து
இன்னொரு மலைக்கு
அந்தரத்தில் ஊர்கிறது கயிற்றூர்தி
கண்ணிலிருந்து கயிறு மறைந்திருந்தது

சில காட்சிகள்
உண்மையை உணர்த்தும் முன்னேயே
பிழையை உணர்த்திச் செல்கின்றன

லாவண்யா சுந்தரராஜன்

கூடவே வரும் கோடை

கடல்போல்
பொங்கிப் பொங்கிக்
காய்ந்தது சூரியன்

இளைப்பாற மரங்களற்ற
நெடுஞ்சாலையில்
பெரும் தண்டனையென
நீண்டிருந்தது வெயில்

கோடையின் கடும்வெப்பம்
துரதிருஷ்டமெனக்
கூடக் கூட
வருகிறது செல்லுமிடமெல்லாம்

நான் சாமானியள்

உங்களைப் போலில்லை நான்
என் சுமைகளையும்
பாவங்களைப் போல
நானே சுமக்கிறேன்

உங்களுக்கான சிறப்பு வழிகள்
எதுவும் எனக்கில்லை
என் வழிக் கூட்டத்தில்
நீந்தியே நகர்கிறேன்

நான் இறங்கிய வழியில்
குடையேதும் காத்திருப்பதில்லை
மழையோடு நனைந்தே நடக்கிறேன்

நான் மிகச் சாதாரணமானவள்
என்னால் குறைந்தபட்சம்
உங்களைப் பற்றிய அவதூறுகளை
உங்களிடம் மட்டுமே பரப்ப முடியும்

லாவண்யா சுந்தரராஜன்

மழை சென்றபின்னே

மழை குளித்த மரங்களெல்லாம்
பசுமையைப் போர்த்தியிருந்தன

ஈரத்தை மழை நினைவாக
வைத்துக்கொண்டது காற்று

குளிர்ந்த அடையாளங்களால்
மணந்திருந்தது மண்ணும் தரையும்

கொடுத்தது மறு கை அறியாது
சென்றிருந்தது மழை

கடல் கொண்ட துளி

வெண் மேகங்களூடே
மிதந்து மிதந்து
மென்மையை

நீலப்பச்சையாய் மினுக்கும்
கழுத்தசைத்தாடும்
மயிலிடம்
நளினத்தை

வெயிலுண்டு
பசுத்து சிரிக்கும்
மரங்களிடம்
தன்னம்பிக்கையை

கம்பளி உடையையும்
புழுவாகிப் பட்டு நூலறத்து
படபடக்கும்
பட்டாம்பூச்சியிடம்
விடா முயற்சியை

கற்ற பின்
விரிகடலின் துளியெனக் கரைந்து
கடல் கொண்ட துளியாகிறேன்

நீர்க் கலயம்

நீர் நிறைக் கலயமொன்று
தன்னுள் சில பிம்பங்களைத்
தளும்பி பிரதிபலித்தது

நிறைதலை உணரா
நீர்க்குழாயோ துளிகளை
மேலும் சொட்டிக் கொண்டிருந்தது

ஒவ்வொரு சொட்டும்
ஒரு தாளத்தோடு அதிர்வித்தது
கலயத்து பிம்பங்களை

பெரும் அதிர்வு
நீரில் கரைந்து
மென் அதிர்வாகும் முன்
மீண்டும் சொட்டியது நீர்க்குழாய்

மீன் குட்டிகளும் பிளாஸ்டிக் பை நீரும்

நேற்றே பிறந்த மீன்குட்டிகள்
பிளாஸ்டிக் பையில் அடைபட்டன
பிறந்த இடத்தின் நினைவுகள்
பிளாஸ்டிக் பையெங்கும்
உயிர் காக்கும் நீராக நிறைந்திருந்தது

பிரியம் கண்களில் விரிய
ஒரு குழந்தை
பிடித்த மீன்குட்டிகளோடு
தன் வீட்டுக்கு வந்தாள்

தொட்டியில் அவிழ்க்கப்பட்ட
பிளாஸ்டிக் பை நீர்
தன் அடையாளம் முற்றும் தொலைத்து
மீன் தொட்டி நீரானது

மலங்க மலங்க விழித்த மீன்குட்டி
தொட்டி நீருக்குச்
சிறுகச் சிறுகத் தன்னைப் பழக்கி
நீந்தத் தொடங்கியது

லாவண்யா சுந்தரராஜன்

இரவைப் பருகும் பறவை

அந்தியின் வானத்தில்
மேக ஓவியமாய்
தலைகோதிக் கொண்டிருந்தாள்
நீலவண்ணப் பெண்

நீண்ட உரையாடல்
மழைபோல நின்றபின்
காய்ந்தசீமைக் கருவேல முட்கிளையில்
காலமறியாது காத்திருந்தாள்

வெற்றுக் கோப்பையில்
நிசப்தமென நிறைந்திருக்கும்
இரவைப் பருகினாள் ஒரு பறவையாகி

நெகிழ்ந்த இரவு
விழிகளை மூடிப் பரவுகிறது
உலகெங்கும் இருள்

நிகழ்வின் பின்

உணவருந்திய மேசை மீது
ரோஜாப் பூவாக மலர்ந்திருந்தன
கை துடைத்தெறிந்த காகிதங்கள்

பெருமழை தீர்ந்த பின்பொழுதில்
கண்ணாடியில்
சிறிதும் பெரிதுமாகப்
பூத்திருந்தன மழைத்துளிகள்
சென்ற பின்னும்
மனசோடு தங்கி இருக்கிறது
அசைந்தசைந்து மெல்லக் கடந்த
யானையின் மணியோசை

இப்படித்தான்
நிகழ்வொன்று முடியும் கணத்திலிருந்து
தானே பிறந்துகொள்கின்றன
சில நிகழ்வுகள்

லாவண்யா சுந்தரராஜன்

மழை பாறை மண்

பிரியங்களைப் பொழிவிக்கும் மழை
பாறையென்றும் மண்ணென்றும் பார்ப்பதில்லை
எங்கெங்கும் கொட்டுகிறது

பொழிவித்ததைச் சுவீகரித்த பாறை
தன்னைக் கழுவிய மழையைக்
கை கழுவியது
தங்குதல் சாத்தியமற்ற மழை
ஏங்கியிருந்த
செம்மண்ணோடு மண்ணாக
பிரித்தறியவியலா மண்ணே ஆகியது

மணலும் நதியும்

பாறையொன்று
நதிவழி புரண்டோடி
மணற்பரப்பாகியது

நதியுறங்கும்
நள்ளிரவில்
அதன் காதல் மணலை
அள்ளி நிறைத்தவர்
ஓடிய பாதையெங்கும்
செல்லும் வழியின் குறிப்புகளை
சொட்டியபடி சென்றன மணல்துகள்கள்

நதி வந்து குறிப்பறியும் முன்னே
வெயில்
தடயங்களைக் கலைத்திருந்தது

செய்வதறியாத நதியின் கண்ணீரை
மீனறியும் நானறிவேன்
மணல் கொண்டவர் அறியக் கூடுமோ

லாவண்யா சுந்தரராஜன்

மலையின் கதை

பெருமலை உடைந்த பாறையாகி
சிறு கற்களாகி
கருந்தார்ச் சாலையாகி
சின்னபின்னமாய்ச் சிதறி இருந்தது

இடம்பெயரும் மலைத் துண்டுகளைப்
பெரு மூச்சோடு கடத்தும்
வாகனத்தின் இடுக்குகளில்
மழையோடு உருகிய
மலையின் உயிர்
வழிந்தோடிக்கொண்டிருந்தது
சாலை நெடுக

அமிலத் தருணங்கள்

பகல் கொள்ளைக்காரனிடம் காட்பிரமிஸ் கேட்கும்
சிறுமியின் அறியாமையை ஒத்திருந்தது
உன்னுடனான என் சகோதரத்துவம்
முன்பொரு முறை
மெல்ல அதிர்ந்தேன்
பின்பு அதிர்வு
பல முறையாய்ப் பல்கிப் பெருகிற்று

உண்மையும் பிரியமும்
எங்கேனும் ஓரத்தில்
ஒளிந்திருக்கிறதாவெனத்
துளாவுகிறேன்

பையெங்கும் நிறைந்த
அமிலம்தான்
கையெங்கும் மிஞ்சியது

இழந்தது

கடலின் உவர்ப்பும்
கங்கையின் புனிதமும்
கலந்த பிரியங்கள்
சூழ்ந்த மழைமேகம்
பிரியத்தின் துளிகளாய்
உன் வாசல் வந்தடைந்தது

இறுக மூடிய கதவினைத்
தவிப்பும் படபடப்பும் கூட
தட்டித் தடவி விரவி
திரையென வழிந்தது மழை

இரக்கமற்றிருந்தன கதவுகள்
திரும்பிப் போவதைத் தடுக்காத
வாசல் ஊடாக விரைந்தோடி
சாக்கடைக் கழிவோடு
கலந்தோடின நீர்த்துளிகள்
பிரியங்கள் ததும்பத் ததும்ப

புறா போலரற்றும் வாழ்வு

நெடுந்தொலைவில்
ஒற்றைக் கமுகென
வறண்டு வளர்ந்திருந்தது
உன் பிரியம்

குடுவைக்குள் கடிதமென அடைக்கப்பட்டு
ஆழ்கடலின் அடியில் அலைந்திருந்தது
என் பிரியம்

துரித பயணத்தை எதிர்த்திருக்கும்
காற்றின் வெளியெங்கும்
காகங்கள் பறந்து பறந்து
தேடிக் கொண்டிருக்கலாம்
அப்பிரியங்களை

இருந்தாலும்
கோவில் புறாக்களெனத்
தமக்குத் தாமே
அரற்றிக்கொண்டிருந்தன
நம் வாழ்க்கைகள்

துயரத்தின் மரம்

பாறையெனச் சமைந்திருந்தது
வெட்டப்பட்ட மரம்

வான்நோக்கிக் கிளைத்திருந்த மரத்தில்
ஒருசமயம்
பறவைகளும் இருந்தன

வேருக்குத் தெரியவில்லை
வெட்டப்பட்ட மரத்தின் வலி
விடாது தேடியது தனக்கான நீர்மையை

விருப்பத்தின் தளிர்கள்
துளிர்க்கலாம்
நாளையோ
மற்றுமொரு நாளோ

பொம்மைகளின் மழலை

பச்சைக்குக் காத்திருக்கும் கணங்களில்
முன் சென்ற சீருந்தின்
பின்புறக் கண்ணாடியில்
யானையும் ஒட்டகச்சிவிங்கியும்
முகவாயும் கண்களும் காதும் தெரியும் நாய்க்குட்டியும்
தத்தம் பாவனையில்
வெளியுலகை
நோட்டமிட்ட வண்ணமிருந்தன

காத்திருப்பின் நொடிகள்
ஓடிய ஓடிய
ஒரு கணம்
வேகமெடுத்த முன்வண்டியில்
அவை மூன்றும்
எந்த மழலைப் பிரியத்தை
வீட்டோடு விட்டு வந்ததோ
ஏக்கங்களையும் கண்ணில் பதுக்கி
முன் செல்லும் வண்டியைப்
பின்னே இழுத்துக்கொண்டிருந்தன
வீடு நோக்கி

லாவண்யா சுந்தரராஜன்

பிரியத்தின் ஒளித்துகள்கள் – I

ஒன்றாகத் திளைத்திருந்த
கோடி நூற்றாண்டின் பின் நுனியில்
உன்னை
நீங்கிய கணம்

எனது உடல் உதிர்த்த
பிரியங்களின் ஒளித்துகள்கள்
உன் அனுமானங்களுக்கு அப்பாற்பட்ட
சித்திரத்தை வரைந்துகொண்டதை
நீ உணராது இருந்தாய்

நீங்கிய கணம்
நித்தியமில்லை
என் பிரியமொன்றும்
அத்தனைச் சத்தியமானதில்லை
என்பன குற்றச்சாட்டுகள்

பிரிய பாசாங்குகளற்றுப்போன
அச்சித்திரத் தாமரையுடலையேனும்
விட்டுவிடு
துரோகமற்றிருந்து நெடுங்காலமாயிற்று

பிரியத்தின் ஒளித்துகள்கள் – II

உன் மகனின் தந்தைக்கு
வீடு திரும்ப
இரு வேறு பாதைகள் இருப்பதாக
அமானுஷ்யக்குரல் ஒலித்த தினத்தில்

எனது உடல் உதிர்த்த
பிரியங்களின் ஒளித்துகள்கள்
உன் அனுமானங்களுக்கு அப்பாற்பட்ட
சித்திரத்தை வரைந்துகொண்டதை
நீ உணராது இருந்தாய்

வழக்கம்போல வீடு திரும்பி
இயல்பான பாவனையைக் காட்டிக்கொள்ளும்
உனது சிறு தீண்டல்கள்
சுருளும் மரவட்டையாகச் சுருண்டதை
நீ அறியாதிருந்தாய்

எனது உயிர்க்கூடு அதிர
சிரித்து விளையாடுகிறாய் நம் மழலையோடு
நான் உணர்ந்த சித்திரத்தைக் காட்டவியலாத
என் கழிவிரக்கத்தைத்
தீயிட்டுக் குளிர்காய்ந்தபடி

லாவண்யா சுந்தரராஜன்

நானும் நானும்

என்னுடைய நான் என்னுடன்
அடிக்கடிச் சண்டையிடுகிறது
நான் ஆகுமென்பதை
ஆகாதது என்கிறது

நான் ஆகாதென்பதை
உகந்ததென்று
அப்போதும் சப்திக்கிறது

உகந்ததும் ஆகாததும்
எதுவும் வேண்டாமென்றேன்
எல்லாம் வேண்டுமென்றது

நானும் நானும் மோதி
நானும் நானும் யாரோவாகிட
நானும் நானும் யாரென்று
யார்தான் சொல்லுவார்

விரவி நீங்கும் நினைவுகள்

கனவின் இடுக்குகளில் தெறிக்கும் கைப்பற்றல்
புதைமணலின் அடியாழம்வரை நுழைகிறது

கண் விழிக்கும் நொடிப்பொழுதில்
உறைந்திருக்கும் முத்தத்தின்
நிழல் காட்சியினைப்
புறந்தள்ளிவிடுகிறேன்

மிச்சமிருப்பவை
மீண்டும் உதடு உரச வருகையில்
விட்டுவிடக் கேட்டு இறைஞ்சுகிறேன்

கோடி முறை சிலிர்த்திருப்பினும்
புது தொடலின்போது
சிலிர்த்தே தொலைக்கிறது மனம் எப்போதும்

சொல்லாமல் தொலைந்திருப்பது
குறுகுறுப்பாய் கடற்கரை மணலெனக்
காலோடு வருவதும் உதிர்ந்ததுமாய்க்
கனவோடு கலந்து
எனக்கு மட்டுமானதாக இருக்கிறது

சொல்லித் தொலைவதிலும்
சொல்லாமல் தொலைந்திருப்பது
குறுகுறுப்பாய் கடல்மணலெனக்
காலோடு வருவதும் உதிர்வதுமாய்க்
கனவோடு கரைந்து
எனக்கு மட்டுமானதாக இருக்கிறது.

லாவண்யா சுந்தரராஜன்

கனவின் முத்தம்

தற்செயலாய்
காதுகளை முத்தமிட்டது கனவு

இருள் மடித்த
நினைவின் கரங்களில்
இதமாய்ச் சுகித்திருந்தது
விழி மூடிய உடல்

பழகிய பாதையில்
கைப்புத்தகத்தை
விழிகளால் புரட்டியபடி

கூடவே வரும்
எல்லாவற்றையும் வெற்றாய் நுகர்ந்தபடி
நகர்ந்துகொண்டிருந்தது நாள்

கனவின் விழைவு

கனவுகளைச்
செங்கொன்றை மலர்போல
உதிர்த்தெடுகிறது இவ்விரவு

வீதியோரம்
கொட்டிக் கிடக்கிறன
கனவின் மணல் துகள்கள்

உயிர் நனையப் பெய்கிறது
உலகெங்கும் கனவின் மழை

நீ
பிரியத்தின் அதீதம்
கனவின் விளைநிலம்

ரகசியம்

நேற்றின் ரகசியங்களாலான ஆடையைத்
துவைத்துக் கொடியில்
உலர்த்தி இருந்தேன்

சொட்டி வடியும் நீர்த்துளிகள்
ரகசிய ராகங்களால்
சில்லிட்டு அதிர்வித்தன
கூடத்தின் பெருந்தரையை

துளித்துளியாய்ச் சேர்ந்தவை
பிரியங்களின் பெரும் வெளியில்
ரகசிய நீரோடையாய் வழிகிறது
ரகசியங்கள் ரகசியமானவை

வீச்சமெடுக்கும் வார்த்தைகள்

பாசமெனும் நூலாம்படையினின்றுப்
பிடுங்கி எடுக்கிறேன் வார்த்தைகளை
ஒவ்வொன்றும் துர்நாற்றமெடுக்கும்
பிணக்குவியலை ஒத்திருந்தன

பெரும் பாறையை ஒற்றையாய்
நகர்த்தும் சிரமத்தோடு
செயற்கை நறுமணத்தைச்
சூழலெங்கும் பரப்பிவிட்டு
இதழைப் பொய்யாகப்
புன்னகைக்கவைத்து

என்னவெல்லாம் செய்தாலும்
வீச்சமெடுக்கும் வார்த்தைகள்
கூடவே வருகின்றன
மீண்டும் மீண்டும்
இறக்கும்வரை

லாவண்யா சுந்தரராஜன்

புகையும் படங்களிரண்டு

ஆல்பம் – 1

நினைவின் புகைப்படங்கள்
நேற்றின் ஒன்று
நாளையின் மற்றொன்று

இருக்கைகள் சில
இடம் மாறியும்
ஒன்றிரண்டு காணாமலும்
ஒன்றேனும் புதிதாகவும்
இருக்கின்றன
புகையும் படங்களில்

ஆல்பம் – 2

புகைப்பட ஆல்பம் கைக்கு வர
அவசரமாய்த் தேடுகிறோம்
அக்கா அக்காவை
தம்பி தம்பியை
நான் என்னை
அம்மாவோ பொறுமையாக
ஒவ்வோருவரையும்

விழித்திருக்கும் சாலை

தூரிகை சொட்டிய
கருநிற மையில்
வளைந்து நெளிந்து
செல்கிறது சாலை

பகல் மிருகங்கள் மூச்சிரைக்க ஓடிய
சாலையின் வெக்கையை
தார் பூச்சால் எண்ணிட்ட
எந்த மரத்தாலும்
தணிக்க முடிவதில்லை

இரவு வந்து
போர்த்திய பின்னும்
மினுமினுக்கும்
சாலைகள் உறங்குவதேயில்லை

எங்கோ தொடங்கி
எங்கோ முடியும்
எல்லாப் பயணங்களையும்
சுமந்துகொண்டே இருக்கிறது
ஏதோ ஒரு சாலை

லாவண்யா சுந்தரராஜன்

செதில்கள்

அன்று
நிலவைச் சாட்சியாக்கி
ஓடிக்களிக்கும் நதியில்
மீன்களாக நீந்தினோம்
நெடுநேரம்
நெடுந்தொலைவு

விடியலில் பறவையாகி
கூடு நோக்கிப் பறந்து போனாய்
நதியோரம் மிதக்கும்
நீ விட்டுச் சென்ற
சில சிறகுகள்
வெட்டி எடுக்க இயலாத
செதில்களாக என்னோடு
ஒட்டிக்கொண்டிருக்கின்றன

நிலவென்ன செய்யும்
மீன் மொழி
அதற்குப் புரிவதில்லை
நதியும் செய்வதறியாது
சலனமற்று ஓடுகிறது

ஜன்னல்

ஜன்னலோர வெயில்
இடையறாது துரத்த
இடம் மாறி மாறி
என் இருக்கை தொலைந்திருந்தது

மாலை வெயில் இளம்சூடு
ரசியமாய் ஜன்னலுள் கசகசத்து
கண்ணயர விடாத
கடும் பிரியத்தின் வாசனையாய்க்
கக்கத்தில் வழிந்திருந்தது

வெயில் கலைத்த இரவில்
குளிர்க்காற்று நுழைந்தேறி
ஜன்னலைத் திறந்து மூடுகிறது
நிலவில் முகம்
தோன்றித் தோன்றி மறைகிறது

தொலைந்த தினம்

அணுக்கமான நினைவுகளைப்
பதுக்கி வைத்திருந்தேன்
உனக்கான பெருந்தினத்தில் பரிசளிக்க

தீட்டித் தீட்டித் திட்டமிடல்களைச்
செதுக்கி வைத்தேன்
வைரத்தை வனைவதைப்போல

எந்தவொரு அறிவிப்புமின்றி
சொல்லாமல் வந்து போனது
அந்த நாள்

கண் எதிரில்
கையருகே தொலைத்த
அத்தினத்தை
மீட்டெடுக்க இயலாமல்
நிழலோடு கரைகிறேன்

வார்த்தைகளின் வீடு

சிறுபிள்ளைகள் அடுக்கி
விளையாடும் சீட்டுக்கட்டு வீடென
வார்த்தைகளாலான ஒன்றை
வெண்சாமர சிறகுகளால்
கட்டி வைத்திருந்தேன்

எந்த நொடியும்
உடைந்திடவே காத்திருக்கும்
அச்சிறு வீட்டைக்
கண்மணியாய்ப் பாதுகாத்திருந்தேன்

கண்பட்டுச் சிதறிய
வாழ்ந்து கெட்ட குடும்பமென
மென்மேலும் அடுக்கப்பட்ட வார்த்தைகளால்
கைமீறிச் சிதைந்து பரவின சிறகுகள்
வீட்டின் வடிவம் உதிர்த்து

ஒற்றைச் சிறகொன்று
உன் பற்றுதலுக்காய்
அங்குமிங்கும் அலைந்திருந்தது

லாவண்யா சுந்தரராஜன்

நத்தையின் கூட்டுக்குள் ஒளிந்தவள்

கனவில் நின் கண்கள்
காய்ந்தீயலென
துரத்திக்கொண்டிருக்க
ஒளியவே இடமின்றித்
தேடியெடுத்தேன்
நத்தையின் கூடொன்றை

செய்யாத குற்றத்திற்கும்
மருளுமென் இதயத்திற்காக
இன்னுமின்னும்
உடல் சுருக்கி அடங்கிக்கொள்ள
கூடதிரத் தொடங்கியது ஒரு கணம்

ஒற்றைக் காலூன்றித் தவமிருந்து
காயங்கள் மறையக் காத்திருக்கிறேன்
காலமும் நத்தையாகி ஊர்ந்து நகர
ஏக்கங்களை
அனிச்சையாய்
சேலைப்பூக்கள் போல உதிர்த்துப்
பறக்கிறேன் வனதேவதையாய்

சருகென உதிரும் கோபம்

சோப்பு நுரைகளில் சுழன்றாடும்
வண்ண நிறங்களால் நெய்யப்பட்டிருக்கின்றன
உன் மீதான எனது கோபங்கள்

மாயக்கோபுரங்களில் படிந்த நிழல்
சருகென உதிர்வதைப்போல்
பிரியங்களை உதிர்த்தபடி
இருக்கிறது உன் கோபம்

பொய்க் கோபங்களைக்
கொண்டாடும் பிம்பங்களைப்
பற்றிக்கொண்டு புகையெனக்
கரைகின்றன நமதுடல்கள்

கோபம் தெளிந்தழிந்த கணத்தில்
ஆழ்ந்த மௌனத்தில் தடுமாறுகின்றன
வார்த்தைகளற்ற சமாதானங்கள்

காரணிகள் வேறில்லாதவை

தாழப் பறந்திடும் மேகமொன்று
பிடிவாதமாய்
இடம் மாறி மாறி
மறைந்திருக்கும் உனது
பாறைப் பிரியங்களில் பொழிவிக்கக்
காத்திருக்கும் அடர்மழையை

காற்றை அலைக்கழிக்கும்
பிரியங்களில் நிழற்குடை
கடும் சிரமத்தோடு தன்னை
ஆழப் பற்றிக்கொண்டு
உனது வெயிலிலும் மழையிலும்
நனைந்தபடி தந்திருக்கும் நிழலை

பெருங்கருணையோடிருக்கும் பிரியங்களுக்கும்
பிரியத்தைத் தவிர
காரணிகள் வேறு
எப்போதும் இல்லை

கானல் நதி கலந்த கடல்

விரிந்த தோகையென
வானுலா வருகிறது
காகத்தின் காலில் சிக்கிய
பாலிதீன் பை
காற்றின் எடையேயாயினும்
கால் பிடித்திழுக்க
தத்தித் தடுமாகிறது
பறத்தலின் காகம்

மேகம் கிழித்து
விருட்டென எவ்வும்
ராக்கெட்டின் வாலாக
புகைக்கயிறு நீள்கிறது
நீளம் அதிகம் செல்ல
கலகலக்கும் வானில்
குப்பை மேடாகிறது வான்

வறண்ட நதிக்கரையோரம்
வான் நோக்கிக் குத்திட்டு நிற்கும்
கைபேசிக் கோபுரத்தில்
களைத்து கண்ணயரும் செங்கால் நாரை
எப்போதும் வீழலாம் பூமியில்

லாவண்யா சுந்தரராஜன்

உறங்க மறுக்கும் உரையாடல்கள்

முடியாத உரையாடலின் இறுதியில்
விரவிடும் மௌனத்தைப் போர்த்தியபடி
உறங்கப் போகிறேன்

மெத்தெனப் பதியும் தலையணையில்
உறுத்தும் காதணியெனப்
புரண்டு புரண்டுப் படுக்கச் செய்கிறது
உரையாடலில் நெருடிய சொற்கள்

வரவேற்பறையிலேயே நான்
வைத்துவிட்டு வந்த வார்த்தைகள்
உறங்க மறுத்து
அங்குமிங்கும் உலாவி
ஒளிர்ந்தபடி இருக்கின்றன

ஏமாற்றம்

அம்மாயி வீட்டு வாசல்
சாணம் மணக்கும்
மாக்கோலம் போடுவாங்க

பின்ன அவங்க வாசல்
சிமெண்ட் ஆச்சு
மாமாலு கோலமாவுலதான்
கோலம் போடுவாங்க

இப்போ மாமாலு மருமக
பெயிண்ட் அடிச்சி
வாசல்ல நிரந்தரமா
கோலம் போட்டு இருக்கா

பெயிண்ட் கோலம் முகர்ந்த
எறும்பு கொஞ்சம் தடுமாறி
வாசல் தாண்டி
சமையலறை சக்கரை டப்பா
தேடி வந்துச்சி

காதலும் காதல் நிமித்தமும்

கண்டு வந்த நாளில்

விண்ணைத் தாண்டி வந்த உயிர்ச்சுடர்
உன்னை அடையாளம் காட்டியது
சுற்றியொரு ஒளிவட்டம் பரவக் கண்டேன்
தேவமணி ஒலிக்கக் கண்டேன்
நான் தேடிய நா(எ)னை அன்றே கண்டேடுத்தேன்

பற்றுதலுக்காய் ஒரு பார்வை

என்னிமை வருடிச் சென்றதுன் பார்வை
கண்ட காட்சி எங்கும் நீயாக
நேசம் கலந்த நெஞ்செங்கும் உன் சுவடுகளாக
சுவாசமெங்கும் உன் பற்றுதலுக்காக
மெல்ல உடைந்தபடி இருந்தேன்

தேவ வினாடிகளில்

தேர்ந்தெடுத்த தேவ வினாடிகளில்
உதிர்த்தெறிந்த நேசமிகும் சொற்கள் யாவும்
உன் உயிரோடு என்னைக் கரைத்திருந்தது
நெஞ்சோடு கலந்த நேசம் மலர்ந்திருந்தது

சிறகைப் போலொரு நேசம்

உனக்கான என்னை ஏந்திக்கொண்டாய் சிறகென
கனவுகள் வரைந்து வைத்த வெளிகளில்
பறந்திருந்தோம்
மீண்டு வர இயலாத தேசங்களுக்கு

சொல்லாது விடுபட்டவை

ஏதுமற்ற ஒரு கணத்தில்
மௌன நீர்க்குமிழிகள் வெடிக்க
நிறைந்து வழிந்த வெறுமையில்
நீந்தியபடி இருந்தன
சொல்லாத சொற்களெல்லாம்

கதை போலும் வாழ்க்கை

எதையும் பற்றியெரிக்கும் நெருப்பென
பரஸ்பரம் வீசிக்கொண்டிருந்தோம் குற்றச்சாட்டுகளை
காற்று அலைக்கழித்த காய்ந்த சருகென
நதியோடு நகர்ந்துகொண்டிருந்தது நேசம்

காதலாகி கசிந்துருகி

நாளேட்டில் கிழித்தெறிந்த நாளொன்றில்
கை மறதியாய் வைத்த நினைவுகளைத்
தேடிக்கொண்டிருந்தேன்
நம் காதலை உனக்கு நினைவூட்ட
நீயும் அதேதான் செய்துகொண்டிருப்பாயோ?

ஏதுமற்ற நிலை

வெளிச்சத்தின் தூவல்கள்
புள்ளிபுள்ளியாய்த் தொலைகின்றன
என் வெளியில்

இருளின் மீட்சியென
வந்தெனைத் தழுவிக்கொள்கிறது
நீ விட்டுச் சென்ற கதகதப்பு

தொலைதூரத்தில் என்னவென்று
தெரியாத ஏதோ ஒன்றை
எப்போதும் தேடியபடி இருக்கிறேன்

கொதித்தெழும் நீராவியிலும்
ஈரமெனப்பற்றியபடி இருக்கிறேன்
எனதற்ற ஒவ்வொன்றையும்

சந்தோஷ நுரைப்புகளும்
சங்கடக் கசவுகளும்
நீங்கி நெடும் தூரம் சென்றிருந்தாலும்

பழகிவைத்த மனமென்றாலும்
சட்டென அப்பிக்கொள்கிறது
ஏதுமற்ற நிலையை

எறும்புகளான எண் கணிதம்

குழந்தைமையைக் கொல்லும் எறும்புகள்
புத்தகங்களில்
சாரையாகின்றன

தேர்வுக் காய்ச்சலின் போது
எறும்புகள் தீவிரவாதியாகின்றன
புத்தக எறும்புகள்
ஒவ்வொன்றாய் ஊறி
மூளையை அரிக்கின்றன

பேனா மையிலிருந்து எறும்பின் படை
வெள்ளைக் காகிதத்தில்
தன்னுருத் தொலைத்தன

எண்களாலான எறும்புகளால்
நிர்ணயிக்கப்படுகிறது
குழந்தைகளில் காலம்

லாவண்யா சுந்தரராஜன்

வடு

வார்த்தைகளாலான அணுகுண்டு
வெடிக்கும்போது
அதிக சப்தத்தை
மௌனமாக ஏற்படுத்துகிறது

அணுகுண்டு சிதைத்தெறியும்
அனைத்தையும் விட
அதிகச் சிதைவினையும்
மிக ஆழமான பள்ளத்தையும்
ஏற்படுத்துகிறது

அணுகுண்டு வெடிப்பிலும்
பயங்கரமான வார்த்தை வெடிப்பு
உயிர்ச் சேதமற்ற
மரணங்களையும் ஏற்படுத்துகின்றது

தவிர்க்கப்பட்ட நம் சந்திப்பு

எப்படியேனும் நம் சந்திப்பு
தற்செயலாய்
நிகழ்ந்துவிடக் கூடாதா
என்ற தவிப்புடன்
உன் சுவாசத்தின்
நூலாம்படை பறந்திருந்த அரங்கில்
புறக்கணிப்பின் முகமூடியணிந்து
உன் திசைக்கு எதிரே
அலைந்தபடியிருந்தேன்
சந்திப்பைத் தவிர்த்தபடி

வெல்வெட் துணியின்
வழவழப்பை ஒத்திருந்த
அடர் இளஞ்சிவப்பு வண்ணக்
கோழிக்கொண்டைப் பூக்கள்
நிறைந்த தோட்டமொன்றில்
புன்னகையுடன் புகைப்படம்
எடுக்க நினைத்த விருப்பங்களை
இம்முறையும் கண்ணோடு தேக்கிப்
பேருந்தின் ஜன்னலோர இருக்கையில்
அமர்ந்து கடந்திருந்தேன்

(மனுஷ்ய புத்திரனுக்கு)

வண்ணப் பிறழ்ச்சி

ரோஜாவுக்கும் மல்லிகைக்குமிடையில்
தேவதச்சன் சொன்ன கருநீலப்பரப்பை
ஏற்படுத்திக்கொண்டிருந்தது
சின்னஞ்சிறு வண்ணத்துப் பூச்சி

ரோஜாவின் வண்ணம் தொட்டு
மல்லிகையின் மேல் அமர்ந்து
ரோஜா வண்ண புள்ளிகளிட்டது

பட்டு வண்ண ரோஜாவின் இடையிடையே
கருநீலக் காற்சுவடுகள்
வண்ணத்துப் பூச்சியின் உற்சாக விளையாட்டு
தொடர்ந்திருந்தது

சற்று அலர்ந்த கணத்தில்
மஞ்சளும் வெளிர்ப் பச்சையுமாய்
ரோஜாக்களும் மல்லிகைகளும்
பறந்துகொண்டிருந்தன.

வண்ணம் பிறழ்ந்த வண்ணத்துப் பூச்சி
பிடித்த வண்ணம் தேடி செடியொன்றில்
பூத்திருந்தது

ஊர்ந்து நகரும் நாட்கள்

டிசம்பர் பூக்களின்
சுருக்கங்களில்
எனது கண்களைச் சுற்றிய
கருவளையங்களைக் கண்டெடுத்தேன்

முன்நெற்றியின்
வெள்ளை முடிகளை மறைத்து
தலை வாரப்
பெரிய பிரயத்தனம் செய்ய வேண்டியுள்ளது

உள்ளம் கொள்ள ஆசைகளின்
பாதச்சுவடுகள்
என்னை விட்டு
நெடுந்தூரம் பயணித்துவிட்டன

இப்போதும்
குட்டி ஆன்ட்டி என்றே
ஜெனிபர் அழைத்து மகிழ்கிறாள்

என்றாலும் ஒவ்வொரு நாளும்
மற்றொரு நாள் போலில்லாமல்
வெற்றாய்க் கழிகின்றன

லாவண்யா சுந்தரராஜன்

மௌனத்தின் சொற்கள்

பேசித்தீர்த்த சொற்கள் பல கோடி
இருப்பினும்
பேசாத ஒன்றைப் பற்றியே
நமது குற்றச்சாட்டுகளும்
சமாதானங்களும்

பனிக்காற்றினூடே விரையுமென்
வாகனக் கண்ணாடிகளில்
பனிப்புகையாய்ப் படிகின்றன
உன் வார்த்தைகள்
பாதையை மறைத்தபடி

கடும்குளிர் இரவில்
மின் தடைக்கு நடுங்கி ஒளிரும்
மெழுவர்த்தியின் சுடராய்ப்
பல்லிடுக்குகளுள் நடுங்கியபடி
இருக்கிறதென் மௌனம்

வார்த்தைகளற்ற மௌனத்தால்
எப்படி உனக்குச் சொல்வது
இருளொன்றும்
அழகை மறைப்பதில்லையென்று

உருகும் பனிக்கட்டி

பாழுங்கிணற்றை நிரப்ப
கூழாங்கற்களை ஒவ்வொன்றாக
எறிந்துகொண்டிருக்கிறாய்

இலையுதிராக் காலத்திலும்
உன் குற்றச்சாட்டுகள்
பசுந்தழைகளை கருகச் செய்து
உதிர்க்கின்றன

கொட்டித் தீர்த்த வார்த்தைகள்
பாலை மணல் பரப்பாகின்றன
உன் ஒற்றைத் துகளே போதுமே
கண்களுறுத்தி நீர் வழிய

சாடித் தீர்த்த எல்லாம்
பனிக்கட்டிபோல இறுகி இருந்தன

என்றாலும் . . .

பனிக்கட்டி உருக
சற்று இளஞ்சூடே
போதுமானது

லாவண்யா சுந்தரராஜன்

தேவதைகளின் பயணம்

கதைகளில் வரும்
தேவதைகள் சில
கடவுளரிடம் பூமியைப்பற்றியும்
தம் கதைகளை நேசிக்கும்
குழந்தைகளைப் பற்றியும் வியந்திருந்தன

நட்சத்திரப்பூக்கள் நிறைந்த
ஒரு சுபயோக தினத்தில்
பூமியை வாசிக்கப் புறப்பட்டன தேவதைகள்

இருட்டிய பின்னர் அல்லது
வரம் தீர்ந்தவுடன் திரும்ப வேண்டுமென
இரண்டு வரம் தந்தனர்
கடவுளர் தேவதைகளுக்கு

இரண்டும்
உயிர் காக்கும் அல்லது
வியந்த ஒன்றை வசப்படுத்தும்
ஆபத்திருந்தால் ஆசையிருந்தால்
வரங்கள் வரம் தரும் தேவதைகளுக்கு

வடித்த சோற்றுக்கஞ்சியாய்
வெளுத்திருக்கிறது
புலர்ந்து விடிந்த வானம்
வர்ணங்களிலான வானம் கண்ட
தேவதைகளுக்கு வெளுப்பொன்றும்
வியப்பிலாமல் இருந்தது.

மேகங்கள் மிதப்பதைப்போல
பறவைகள் கூட்டமாகப் பறந்தன
அற்புதப் பறவைகளின் கதை பலவறிந்த
தேவதைகள் அனாயாசமாகப்
பறவைகளைக் கடந்தன

பறந்தபடி பூக்களை நுகர்ந்திருந்த
தேவதைகளுக்கு சிறகை விரித்தபடியே
பறந்து வந்த பறவையின்
போர்க்கோலச் சத்தம் மிகவும்
பயங்கொள்ளச் செய்தது
திடுமென்று மூர்ச்சையான தேவதையை
முதல் வரம் காத்தது

மெல்ல எழுந்து நடுப்பகலில்
சூரிய அயர்வுகளைக் கலைக்க
மரநிழல்களையும் நாடின தேவதைகள்
புசிக்க வழியின்றியும்
வரத்தை உபயோகிக்க மனமின்றியும்
உபவாசமிருந்தன தேவதைகள்

சாயங்கால சுவாரசியங்கள்
தேவதைகளுக்கான சுகந்தங்களை
மெல்ல மீட்டின

இருள் அடரும் பிரக்ஞையற்று
திளைத்திருந்தன தேவதைகள்

இருள் உடைக்கும் நீர்க்குமிழியாய்
ஒளிர்ந்துகொண்டிருந்தது
தெரு விளக்குகள்

பூமியின் இருளில் பூத்த பூக்களா
இவையென்று தேவதைகள் குழம்பின
இரவில் பூக்கும் வர்ணமலர்களுக்கு
மணமேயில்லை
அவற்றில் சில எவ்வாறு
நகர்ந்தபடியிருக்கின்றன
என்றென்றெல்லாம் புலம்பின

அழகாய் அடக்கமாய் தேவதைகளின்
புன்னகையை ஒத்த கோயில் அகல்களில்
தங்களை மீட்டெடுத்து
வாணவேடிக்கையில் மகிழ்ந்து குதூகலிக்கும்
ஒரு பெண் குழந்தையின் கண்களில் வியப்பை
பத்திரப்படுத்த இரண்டாம் வரத்தை வீசியெறிந்தன
இருளில் தேவதைகளுக்கு
வரம் வசப்படவில்லை

வரமும் தீர்ந்தது இரவும் வந்தது
வானம் திரும்பின தேவதைகள்
ஏமாற்றதோடு

லாவண்யா சுந்தரராஜன்

பயணப்பெட்டிகள்

எதிரெதிர்த் திசையில் பயணிக்கின்றன
வருகிற போகிறவர்களின்
சூட்கேஸ்கள்

ரயில் வரும்வரை
ஒவ்வொரு அறிவிப்பையும்
சலிப்போடு கேட்டுக்கொண்டிக்கின்றன
காத்திருக்கும் சூட்கேஸ்கள்

பயணச் சீட்டில்லாத பாடகிச் சிறுமி
பாடி ஓய்ந்ததும்
எனக்கெந்த இருக்கையென்று
ஏங்கியபோது
பயணச் சீட்டற்ற தம்மிடத்தைத்
தந்திட ஆவல் கொள்ளுமவை
இறங்குமிடம் அடைந்தும்
காத்திருக்கின்றன
மற்றொரு பயணத்திற்கு

கண்ட நாள் முதல்

நாட்குறிப்பில்
தேடியெடுத்த நாளொன்றில்
உன்னைக் கண்டிருந்தேன்

சங்கீத நினைவுகளோடு
விரைந்த பயணத்தில்
தொலைதூரத்தில்
நீலநிறக் குவளைப்பூக்கள்
நிறைத்திருந்த நீர்நிலையாய்
மகிழ்த்தியது நம் சந்திப்பு

எத்தனை முறை முயன்றாலும்
எட்டாத கரையின்
தரை நனைக்காத அலைகளாக
தீராது தொடர்ந்தன நம் உரையாடல்கள்

விரைந்து கடக்கும் ரயிலொன்றின்
பயம் தரும் கூக்குரலாக
தடுமாறி விழி மூடச் செய்தது உன் பிரியம்

கருவேல மரமொன்றின் மேலேறிய பாம்பின்
நிழலாக பயம் காட்டுவதாக
இருந்தது உன் கோபம்

தொலைதூர பயணத்தில்
ஜன்னல் வழி கூடவே வரும் காற்றாக
இருந்தது உன் நினைவுகள்

கண்டெடுத்த நாளின் மரணமாக
நிகழ்ந்திருந்தது நம் பிரிவு
மீண்டும் சந்திக்கும்வரை

லாவண்யா சுந்தரராஜன்

பறத்தல்

விடிந்த பொழுதில்
பறக்கும் வரம் பெற்றாற் போலொரு
மனக்கனவின் நீட்சியாய்

சிறகில்லை
பறக்க செயற்கை இயந்திரமில்லை
உந்திப் பறந்தெழ உத்தியொன்றும்
புலப்பட்டாற் போலில்லை
பின்னும்
பறக்கும் முயற்சியில் இருந்தேன்

செல்ல நினைத்த இடங்களுக்கெல்லாம்
வில்லிலிருந்து எய்யப்படும் அம்பாகத்தான்
விருட்டெனப் போய்ச் சேர்கிறேன்

விரும்பிய இடத்திற்குப்
பறக்க எத்தனித்தபோது
சற்றும் எதிர்பாராத
தருணத்தில் விழுந்திருந்தேன்
மீள முடியாத பள்ளத்தாக்கில்

அரூபிணி

அரூபமானவள் அவள்
குரலில்லை நிறமில்லை பெயருமில்லை
ஆயினும்
அவள் என் உயிர்த் தோழி

சித்திரக் கதையென
மௌனத்தின் மொழியில்
மனமுணர்ந்தோம்
எழுத்தில் உரையாடினோம்
ரசனைகள் இணைத்தன

வரைந்ததை வடிவமைத்தாள்
எழுத்தைத் திருத்தினாள்
கரும்பலகையோ அழிப்பானோ இல்லாமல்
அடுத்த கட்டம் நகர்த்தினாள்

சில நாட்கள் அலைவரிசையில்
பாடல்கள் கேட்கவில்லை
தகவலில்லையே என்றேன்
நானாகப் பேசும் பழக்கமில்லை என்றாள்
ஒதுங்கியிருக்கிறேன் என்றாள்

தாமரை இலைத் தண்ணீர்
ஒட்டாமல் உருள்வது
கவிதைக்கெனில் அழகுதான் என்றேன்

(நதியலைக்கு)

உடல் நகரம்

அழியும் மட்டும்
பசியும் உறக்கமும் பின்
மண்ணோடு புதைந்தொழியும்
உடல் நகரத்தின்
ஒவ்வொரு பாகமாக
ஊடுருவிப் பார்க்கிறேன்

ஆதித்துயர் அடர்ந்த வனம்
காற்றும் நீரும்
கலந்த மாயக்கழிவுகள்
மாறாத ஆசைகள்
ஊழி வினைக்கோடுகள்
அழிந்து அழிந்து
பிறக்கும் பிணம்
உடலெனும் நகரம்

நீயற்ற உலகில்

சூடு காரம்
அறியாமல் அலைகிறேன்

நிறங்களின் சேர்வை
மறந்து ஏதோ உடுத்துகிறேன்

சாலையோர மரங்களை
எண்ணிக்கை மறந்து வெறுமனே
எண்ணிக்கொண்டு இருக்கிறேன்

ஒலிப்பானுக்கு விலகாமல்
நடுச்சாலையில் நடக்கிறேன்

ஏதோ தடமெண் ஏறி
பாதை தவறிப் போகிறேன்

மீண்டு வர முடிவதில்லை
நீயற்ற உலகில்
நீ வரும்வரை

சின்னஞ்சிறு கவிதைகள்

லீலை
சின்னஞ்சிறு வெளிச்சமாக
கிளையிடை நுழைந்து
பெருமர நிழலில்
இளைப்பாறும் வெயில்

*

இலை வீழ் அருவி
இலைதங்கிய துளிமழைகள்
மலையருவியின் சிதறலா
மயங்குகின்றன வனக்குயில்கள்

*

புகலிடம்
உனது குடை விரிப்பில்
சட்டென அடங்கியது
எனக்கான வானம்

*

எல்லை
அழகிய கோலங்கள்கூட
வாசல் தாண்டி உள் வருவதில்லை

*

ஓய்வு
மிதந்து களைத்த
மேகக்கூட்டம்
அமர்ந்து இளைப்பாறுது
மலையுச்சியில்

உலகின் பெரிய மதுக்குவளை

பூங்காவின் மத்தியில் நிற்கும் இதுவே
உலகின் மிகப் பெரிய மதுக்குவளையாக இருக்கலாம்
மதுவைச் சுகிக்கும் கண்களுக்கும்
பிற பார்வைகளுக்கும்
வெவ்வேறொன்றாக இக்கோப்பை தோன்றலாம்

காய்ந்த நுரையாக
பறவைகளின் எச்சம்
கிண்ணத்தின் விளிம்பிலிருந்து
எப்போதும் வழிந்துகொண்டிருக்கிறது

எந்த மதுபானத்தையும் நிரப்பிப்
பருகத் தரவியலாத
இப்போதையூட்டும் கிண்ணம்
சிலபோது
பெய்யும் மழையேந்தித்
தனக்குத்தானே நுரைத்துப் பொங்கி
நிரம்பி வழிகிறது

பூவொன்று

மழைத்துளியென
மஞ்சள் மலர்களை
உதிர்த்துக்கொண்டிருந்தது
அம்மரம்

நிழலுக்கென ஒதுங்கிய பேருந்து
அதில் சில மலர்களை
முன்கண்ணாடியில் ஏந்திச் சென்றது
கண்ணாடியில் வழுக்கிய பூக்கள்
சாலையில் விழுந்து நசுங்கின

வைப்பர் புறக்கணித்த பூக்கள்
ரோட்டோரம் சிதறின
பெண்டுலமாக ஆடும் வைப்பரில்
சிக்கிய பூக்கள்
நைந்து கிழிந்தன

பின்னும் வைப்பர்
கிட்டிய பூக்களை விடாது
அலைக்கழித்து
கசக்கிக்கொண்டிருக்கிறது

எதுவும் செய்யவியலாது
பூக்கள் சிதைவுறும் காட்சி
மனசுக்குள் குமைய
நிறுத்தம் வந்ததும் இறங்கி நடக்கிறேன்

புதுப்பெண்

வீடு புதிது
உறவுகள் புதிது
கிண்டல் புதிது
திண்டல் புதிதென
புதுமணப்பெண்
மங்கல ஓசைகளில் இருந்து விடுபடாமல்
திளைத்திருக்கிறாள்

"யாரும் எழுமுன்
சாணம் கரைத்து போட்டு
வாசல் பெருக்கணும்"

நாத்தனாரின் கட்டளை கேட்டு
திடுக்கிட்டு அடங்கி
பழம்பெண்ணாகிறாள்

லாவண்யா சுந்தரராஜன்

மாயக்கிழவி

வெற்றிலையில் தடவிய மையில்
காட்சியை ஓடவிடுகிறாள் சித்துக் கிழவி

கையில் கட்டிய கரடிமுடி
உதிரத்தில் தைரியம் பாய்ச்சுகிறது

முகத்தில் தெரியும் மனதை
நேர்த்தியாக வாசிக்கிறான்
குடுகுடுப்பைக்காரன்

உள்ளங்கையில் ஓடும்
உள்ளத்தின் ரேகை
கவனப்பிசகாய்
குறத்தியின் முன் கலந்துவிடுகிறது

மந்திரித்து எழுதிய தகடை
மூளையில் இருந்து உருவி
மாயஜாலம் செய்கிறான் மந்திரவாதி

உடல்
மனம்
பேய்
நோய்

இலையோடு ஓடும் ஓடை

மரம் புறக்கணித்த இலை
திக்குத் தெரியாமல் மிதந்து
சிற்றோடையில் விழுந்தது

பற்றுதல் எதுவுமற்ற இலை
ஓடையின் இழுப்பில்
தன்னிச்சையின்றி நகர்கிறது

மிதக்கும் இலையை
சுமையழுந்த தெறித்து
விழுந்த துளிநீரைத்
தாலாட்டிப் பயணிக்கிறது இலை
களித்தோடும் நீரோடையில்
இழை இழையாய்க் கிழிந்தும் இலை
நகர்ந்திருந்தது ஓடும் நீரோடே

லாவண்யா சுந்தரராஜன்